By Laura Williams
Translated By Nguyen Thi Kim

ngủ

to sleep

đi tắm

to take a bath

bò

to crawl

chơi

to play

ngồi

to sit

khóc

to cry

đứng

to stand

vỗ tay

to clap

đọc

to read

# ăn

to eat

uống

to drink

cười

to laugh

ôm

to hug

đi bộ

to walk

chạy

to run

hôn

to kiss

nhảy

to jump

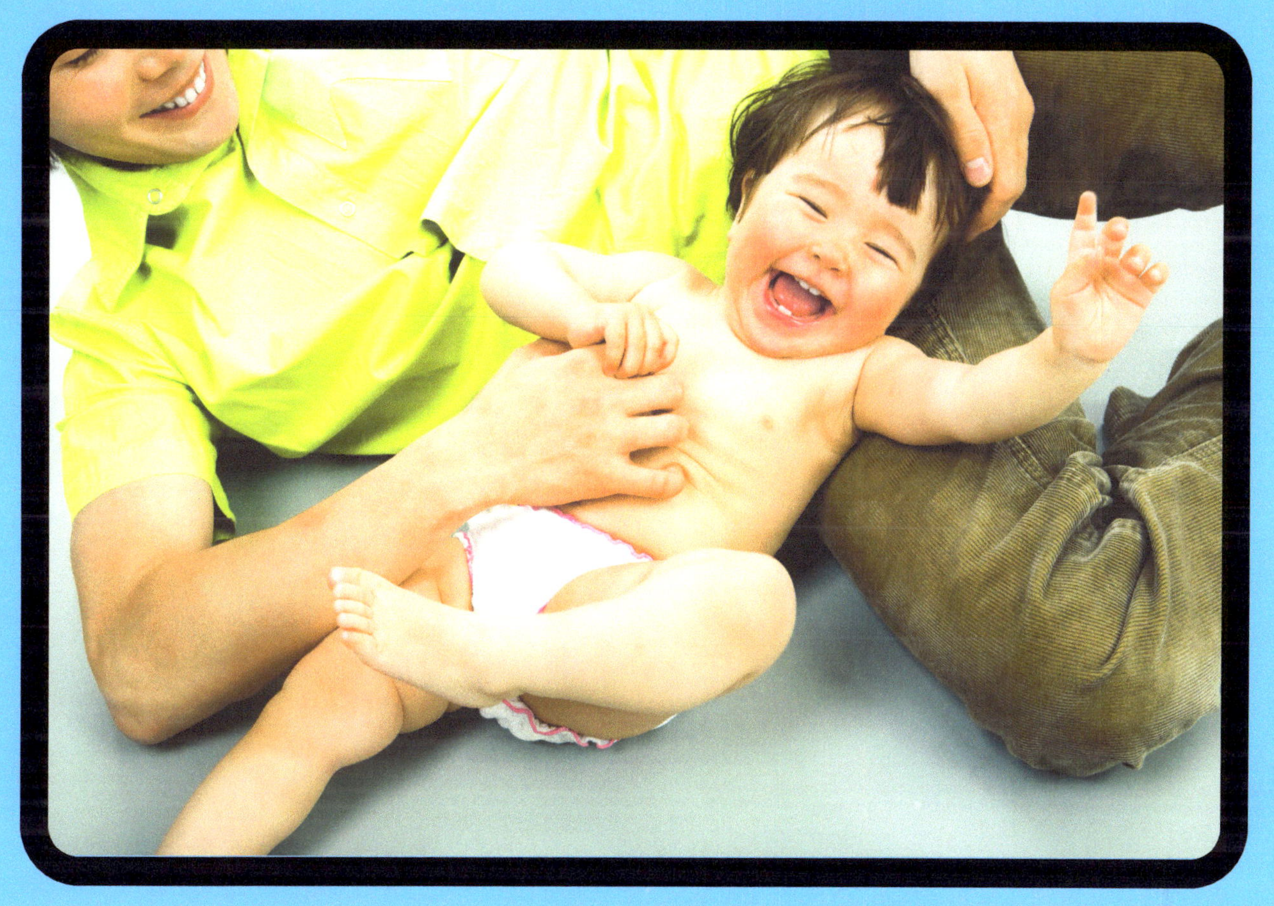

cù lét

to tickle

khiêu vũ

to dance

nấu ăn

to cook

quỳ gối

to kneel

đẩy

to push

kéo

to pull

viết

to write

hát

to sing

In the same collection

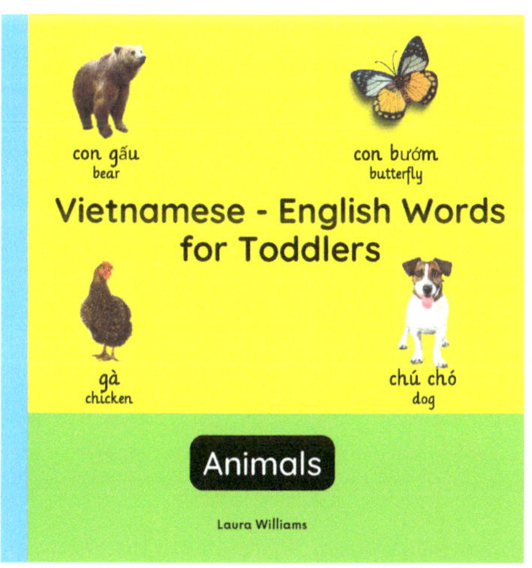

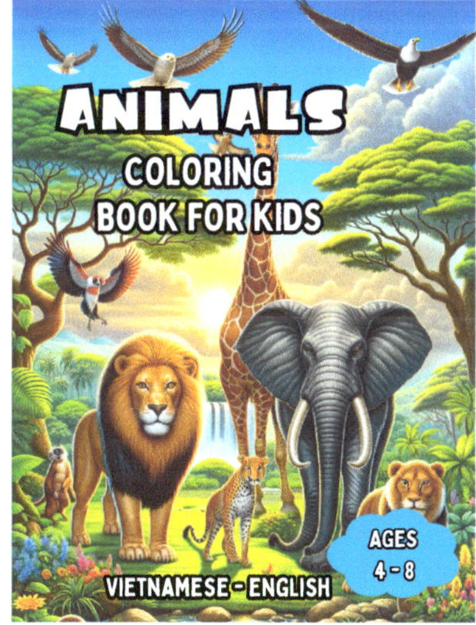

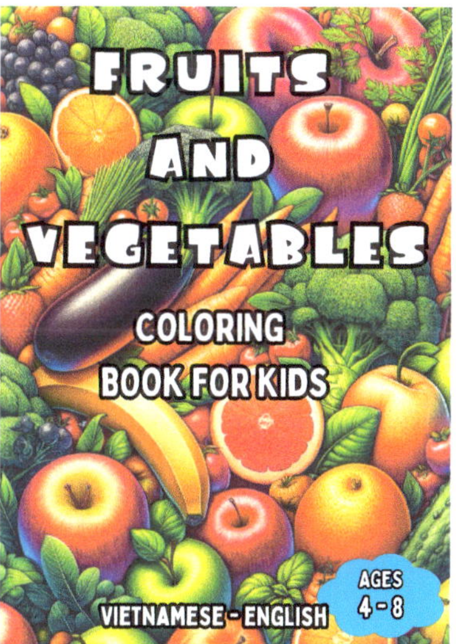